हृदयस्पर्शी

D1652001

अभिजित शिवाजी निंबाळकर

मी लिहू पाहत असलेला हा पहिला वाहिला कविता संग्रह. हा कविता संग्रह माझ्या सर्व मित्र मैत्रिणींना समर्पित ज्यांनी सदैव माझ्या लिखाणावर प्रेम केले तसेच काही तरी लिहिण्याची प्रेरणा दिली.

माझ्या आयुष्यातले माझे आद्य गुरु माझे आई वडील तसेच माझे कुटुंब आणि माझ्या आयुष्याच्या प्रत्येक टप्प्यावर सदैव मार्गदर्शन करणाऱ्या सर्व गुरूंना हा मझा छोटासा प्रयत्न समर्पित.

आपलाच

अभिजित शिवाजीराव निंबाळकर

अनुक्रमणिका

अनुक्रमणिका

ऋणनिर्देश, पावती

माझ्या पाठीशी सदैव भक्कमपणे उभे राहणारे माझे कुटुंब, आई वडील, पत्नी आणि सर्व मित्र परिवार या सर्वांचे मनापासून आभार.

तसेच माझ्या कॉलेज जीवनात तोडक्या मोडक्या शब्द संचयाबरोबर काहीतरी लिहिण्याचा प्रयत्न करत असताना नेहमी मला प्रोत्साहन देणाऱ्या माझ्या सर्व मित्र मात्रीनींचे आभार.

आपलाच
अभिजित शिवाजी निंबाळकर

नांदी, प्रस्तावना

माझ्या कविता संग्रहातील पहिली कविता माझ्या आई साठी समर्पित.

1. तुझ्या साठी काय लिहू आई

तुझ्या साठी काय लिहू आई
तुच माझा पांडुरंग अण तुच माझी विठाई
दिलास जन्म तु सहुनी उदरी ९ महीने ओझे
तुझी कुस मिळताच झाले धन्य जिवन माझे
जागविल्यास माझ्यासाठी दिवस अन रात्री
तुझ्याच छायेत जाणवते सुरक्षिततेची खात्री
देव न पाहिला पण तुच आहेस ठाई ठाई
तुझ्या साठी काय लिहू आई
तुच माझा पांडुरंग अण तुच माझी विठाई
तुझ्याच बोटाला धरुन टाकले पहिले पाऊल
माझ्या प्रत्येक दुखाःची तुला नकळत लागते चाहुल
माझ्या कातड्यांच्या जोड्यांनीही न फिटतील तुझे पांग
फाटकी जरी झोळी माझी तुझ्याचसाठी लावेन सुखांची रांग
मिळालेच जर वरदान मला तर ठेवुन सारी दुनिया तझ्याच पाई
तुझ्या साठी काय लिहू आई
तुच माझा पांडुरंग अण तुच माझी विठाई
तुझ्या साठी काय लिहू आई
तुच माझा पांडुरंग अण तुच माझी विठाई

2. बाप

जो राबतो राब राब
त्याला म्हणतात बाप
अहो त्याने काय केल पाप
म्हणून त्याला झुकत माप
तो मुलांवर चिडतो
कारण मुलांच्या भविष्याचा विचार त्याला पिडतो
आपण राखायलाच हवी त्याची मर्जी
कारण आपल्यासाठी घालवतो सर आयुष्य खर्ची
आई म्हणजे देवी तर बाप म्हणजे देवता
मग कश्याला मनात दुजाभाव ठेवता
टाळी वाजण्यासाठी लागणारे आहेत हे दोन हात
एक आहे दिन तर एक आहे रात
भिन्न जरी यांचे स्वभाव
पण मनी मात्र एकाच भाव
आम्ही राहू कुठेही आमचे लेकरू मात्र पुढे जाव ....

3. ! मला जगायचेत तुझ्या सोबत काही क्षण !

साठवायच्यात मला काही हळुवार आठवणी
बिलगुनी राहिल्या आहेत ज्या फक्त मनी
व्हायचय स्वैर मला स्वपनांच्या दुनियेत
घ्यायचय कर्णमधुर स्वरांना कवेत
अर्पुणी द्यायचेय तुला माझे गहिवरलेले मन
मला जगायचेत तुझ्या सोबत काही क्षण...!!
धावायचय भेभान शोधीत कस्तुरीमुगाचा सुगंध
अनुभवायच तुझ्यासम निखळ प्रेम स्वच्छंद
तुझ्या नयनायील आसवांना मोत्यासम जपायचय
या रणरणत्या उन्हातही मला तुझ्या सावलीतच लपायचय
वासनेचा लवलेश नसेल फक्त असेल निःस्वार्थ प्रेमाचा प्रण
मला जगायचेत तुझ्या सोबत काही क्षण...!!
सहवासाची ओढ नको मज हवीये प्रेमाची भावना
उत्कटतेची आस नको असावी जगण्याची प्रेरणा
व्हायचय स्वैर तुझ्यासवे मज उंच उंच या गगनी
फुलवायचीय तुळस संसाराची तुझ्याचसाठी अंगणी
साजरे करायचेत आनंदाने तुझ्याचबरोबर सारे उत्सव आणि
सण
मला जगायचेत तुझ्या सोबत काही क्षण...!!
मला जगायचेत तुझ्या सोबत काही क्षण...!!

4. प्रेम म्हणजे नेमक काय असत

प्रेम म्हणजे नेमक काय असत
कधी कुणी रडत तर कधी कुणी हसत
एखाद्याची अचानक लागते ओढ
तीखातही वाटू लागते साखरेप्रमाणे गोड
सतत हवा हवासा वाटतो एखाद्याचा सहवास
फक्त एका भेटीची लागून राहते आस
प्रेम या दोनच शब्दात पूर्ण जग दिसत
खरच काय यालाच प्रेम म्हणायचं असत ......
काय यालाच प्रेम म्हणायचं असत ....

5. प्रेम हे कधीच वेडं नसत

प्रेम हे कधीच वेडं नसत
प्रेम असत निखळ पाण्यासारख
प्रेम हे असत कोकीळेच्या गाण्यासारख
प्रेम हे आकर्षक नसत
प्रेम म्हणजे फक्त समर्पण असत
प्रेम हे नेहमीच डोळ्यात दिसत
प्रेम हे कधीच वेडं नसत.....
प्रेमाच्या आड येत नाही कधीही वासना
प्रेमामध्ये असते एक स्वच्छंद भावना
प्रेमाची प्रतेकाची निरनिराळी परिभाषा
प्रेमामध्ये असते उत्कटतेची आशा
प्रेम हे नेहमी हृदयातच वसत
कारण प्रेम हे कधीच वेडं नसत.....
प्रेम हे कधीच वेडं नसत.....

6. ती

कॉलेज मध्ये जेव्हा पाहिलं मी तिला
तेव्हापासून काही कळात न्हवत मला
आवडला नंतर मला तिचा स्वभाव
नकळत आला मनामध्ये प्रेमाचा भाव
पाहायचो तिला मी हळूच चोरून
सारी मित्र चिडवायची मला तिच्या नावावरून
स्वभावावरून तिच्या तिला ओळखलंच नाही कधी
दिसायची छान पण वागायची खूप साधी
विचारायचं होत तिला होशील का माझी राणी
पण समोर तिच्या गेल्यावर व्हायचं अंगाच पाणी
तिच्याही मनात होत पण विचारू नाही शकलो
भित्रेपनामुळे माझ्या पहिल्या प्रेमाला मुकलो

7. मला पुन्हा पहाचय

मला पुन्हा पहाचय
तुझ्या गालावर निखळ हसु ठेवाचय
तुझ्या सौंदर्यावर चारोळी परत नव्याने लिहाचय
तुला आनंदी झालेल मला पुन्हा पहाचय.....!!
तुझे हरवलेले हसू जातकासम शोधायचय
विस्कटलेला डाव जणु नव्यानेच मांडायचाय
तुला आनंदी झालेल मला पुन्हा पहाचय....!!!
दुखाःचा घडा तुझा संगतीने सांडायचाय
सहलेस तु खुप आत फक्त सुखात आकंठ वाहचय
म्हणुनच तूला आनंदी झालेल मला पुन्हा पहाचय....!!!!

8. ! तुझे हास्य !

! तुझे हास्य !
तुझे निखळ हास्य जणू चंद्र आणि चांदणे
तुझ्याच नावे धडधडतात ह्रदहयाची स्पंदने
तुझे डोळे जणू मोतीयांचाच भास
तुलाच स्मरतो देहातलाही श्वास
तुज्याच सोबतीने देईन संकटांना मात
जन्मोजन्मी अशीच मला देशील का तू साथ
देशील का तू साथ ....

9. कुणीतरी असावं

कुणीतरी असाव गालातल्या गालात हसणार
भरलेच आसवांनी तर डोळे पुसणार
कुणीतरी असाव आपल म्हणता येणार
केल परक जगान तरी आपलं करून

10. का कुणास ठाऊक

का कुणास ठाऊक
का कुणास ठाऊक तुझ्याशी बोलावस वाटत
तुझ्या फक्त बोलण्याने जणु समाधानच भेटत
तुझ्याशी बोलताना मनाच भानच सुटत
का कुणास ठाऊक तुझ्याशी बोलावस वाटत
इतक बोलायच असत की आभाळच फाटत
तुझ्या आठवणीने जस हृदयच दाटत
का कुणास ठाऊक तुझ्याशी बोलावस वाटत
का कुणास ठाऊक तुझ्याशी बोलावस वाटत......

11. थोडशी घेऊन पहावी

वाटत थोडशी घेऊन पहावी
आयुष्याची दगदग रोजचीच मरमर
जबाबदारी तुन मिळतनाही उसंतही क्षणभर
जगण्यासाठी असते रोजचीच रेस
टेन्शन ने जाताहेत डोक्यावरील केस
सोबतीने मधीरा घेऊन दुःख सारी वहावी
त्यासाठी वाटत थोडीशी घेऊन पहावी .....!!
आजुबाजुचा नसेल कोणताच गंध
सोबतीने पिताना मिळेल स्वर्गीय आनंद
चिअर्स करुन पिऊ अन आनंदात न्हाऊ
मग पिता पिता हळुच ऐकमेकांच्या डोळ्यात पाहु
पिण्यासाठी थोडीशी मुभा रहावी
म्हणुनच वाटत थोडीशी पिऊन पहावी

12. सब्र कर ये बंदे

सब्र कर ये बंदे, जिंदगी है बडी
मुस्कुराना हमेशा, बित जायेगी घडी
कहते ही देर है अंधेर नही
बस थोडा सब्र कर हो जायेगा सब सही
हर जीत तेरी हो यह जिंदगी नही
हार मे भी जीत देख जिंदगी है वही ......

13. आस वरुणराजाची

नजर आहे फक्त आज निरभ्र या गगनी
बरस कि रे तू जरा मुक्त या अंगणी
कुठे होवुनी बसला आहेस तू लुप्त
धरणी ला कवेत घेवूनी कर जरा तृप्त
प्रत्येक जीव आज सोसतोय त्रास
वरुणराजा तुझीच आता लागलीये आस
लागलीये आस ...

14. शेतकरी म्हणजे खरच का हो बळीराजा ?

शेतकरी म्हणजे खरच का हो बळीराजा
का मिळतिये त्याला विनाकारण सजा
त्याचाच गहू आज गोदामात किडतो
प्रत्येकजण आज त्यालाच पिडतो
निसर्गही करतोय रडीचा डाव
वरुणराजा करतोय अचानकच घाव
आपणही करतो फक्त भाजीअठी मोलभाव
मॉलमध्ये साधी किंमत हि विचारात नाही राव
शेतकऱ्याला नसते आत्महत्येची हौस
त्यालाच कळते काय होत जर पडलाच नाही पाऊस
त्यालाही वाटत त्याच्या मुलांनी शिकून कराव काही
पण कर्जामुळे तो साधी फीही भरू शकत नाही
नशिबाने मांडलाय त्याच्या आयुष्याचा खेळ
म्हणून आता आलीये त्याच्यावर संपाची वेळ
आपल काय जात म्हणून आपण फक्तच मजा
शेतकरी म्हणजे खरच का हो बळीराजा
शेतकरी म्हणजे खरच का हो बळीराजा ..

15. महागाई

महागाई मुळे आता जगणे झाले महाग
कशी मिटवायची सांगा गरिबांनी पोटाची आग
गरिबांना मिळत नाही खायला अन्न
सरकार मात्र देताय दारू साठी धान्य
दारू म्हणजे नशा आणि नशा म्हणजे अंत
धान्यापासून होतीये दारू हीच आहे खंत
जगायचे पूर्वी लोक जीवनाची मजा लुटण्यासाठी
आज जागाव लागतंय सर्वांना फक्त पोटाची भूक
भागवण्यासाठी
अश्यातच वाढलाय भ्रष्टाचार खूप
भ्रष्टाचारामुळे बदलले आहे देशाचे रूप
महागायीमुळे मोडलाय गरिबांच्या पाठीचा कणा
श्रीमंत होतोय श्रीमंत गरीब राहतोय गरीबच पुन्हा
आपणच आहोत आपले गुन्हेगार
कारण आपणच बसतो घरामध्ये गपगार
असेच जर होत राहिले जगणे महाग
करेल गरीन माणूस काहीही फक्त भागवण्यासाठी पोटाची
आग
करेल गरीब माणूस काहीही फक्त भागवण्यासाठी पोटाची
आग ...

16. पाऊस

थंड वाहतो जेंव्हा गार गार वारा
आणि बरसू लागतात पावसाच्या धारा
सर्वांची धावपळ आणि मातीचा सुवास
धरती वर होतो स्वर्गाचाच भास
गरम भज्जी आणि चहाचा भुरका
भज्ज्यांबरोबर तिखट मिरची चा चरका
भिजण्याची असते मोठी हौस
पण ग्यालरीतूनच पहायचा फक्तच पाऊस
वाटत आता झेलुया अंगावर गारा
थंड वाहतो जेंव्हा गार गार वारा
आणि बरसू लागतात पावसाच्या धारा
आणि बरसू लागतात पावसाच्या धारा ...

17. कामगार

इचलकरंजी म्हणजे कापडांचे स्वर्ग
इथे राहतो सर्व कामगार वर्ग
कामगार म्हणजे आहे इथला राजा
पण *त्यालाच मिळते आहे आज सजा*
अहो कापड विणतो तो रात्रंदिन
पण वागवल जात त्यालाच इथ हीन
झगडतो नेहमी तो पोटासाठी
त्याच्याच माथी नेहमी बसते काठी
आंदोलने करतो तो पोटासाठी अनेक
पण सफलच होत नाही त्यातील किमान एक
पाठींबा देवून अनेक पक्ष करतात आंदोलने फस्त
कारण ते असतात फक्त राजकीय पोळी भाजण्यात व्यस्त
कधीतरी संपेल हा कामगारांचा वनवास
जेव्हा होणार नाही त्यांना कोणताच त्रास
कामगार राजा होईल पुन्हा एकत्र
इचलकरंजी होईल भांडवल्दारांच्या हातून स्वतंत्र
मग पुन्हा आपण अभिमानाने म्हणू
इचलकरंजी म्हणजे कापडांचे स्वर्ग
इथे राहतो सर्व कामगार वर्ग.....

18. कोवळा जीव

जन्माला येतो जेव्हा कोवळा जीव
बघून आता वाटते त्याच्याकडे कीव
वाटतो जन्मतो तो कश्यासाठी
जगेल का तोही फक्त पैश्यासाठी ?
खात्री नसेल त्याला जगण्याची
सदैव भीती वाटेल त्याला मरणाची
तोही भांडेल का का म्हणून अल्ला आणि शिव
जन्माला येतो जेव्हा कोवळा जीव
बघून आता वाटते त्याच्याकडे कीव
सोसवेल का त्याला हि महागाई
तोही ठेवेल का माथा नेत्यांच्या पाई
काय करेल तो येवून या जगात
कारण जगणे हि अवघड आहे या कलयुगात
जगताना होईल त्याला सदैव गरिबीची जाणीव
जन्माला येतो जेव्हा कोवळा जीव
बघून आता वाटते त्याच्याकडे कीव ....

19. चिमुकला

जेव्हा चिमुकला बोलतो बोबडे बोल
त्याला कळू लागते जीवनाचे मोल
प्रयत्न करत असतो तो चालण्यासाठी
धडपडत असतो मनातील बोलण्यासाठी
काळात नाही त्याला चांगले व वाईट
माहित नसते त्याला काश्यामध्ये आहे हित
पडतानाही प्रयत्न करतो तो सावरण्याचा तोल
जेव्हा चिमुकला बोलतो बोबडे बोल
त्याला कळू लागते जीवनाचे मोल
बालपण असते खूपच वेगळे
खरे जीवन जगतात याच वयात सगळे
चिमुकल्यांचे असते स्वच मन
त्यांच्यवर प्रेम करतात सारेचजण
करतो तो प्रयत्न खोलण्यासाठी जीवनाची पोल
जेव्हा चिमुकला बोलतो बोबडे बोल
त्याला कळू लागते जीवनाचे मोल ...

20. माझा गाव

कागलच्या नकाश्यात ज्याच आहे नाव
असा माझा हसूर गाव
गावच्या मातीचा वेगळाच वास
इथे आल्यावर होतो जणू स्वार्गाचाच भास
हिरव्या डोंगरामध्ये शोभतात काळे पाषाण
जसे चंद्रावर काळे डाग दिसतात छान
एकोप्याने राहतात इथे रंक आणि राव
कागलच्या नकाश्यात ज्याच आहे नाव
असा माझा हसूर गाव
मळनीला असते इथे वेगळीच मज्जा
रात्री पण वाटतात दिव्सासारख्या ताज्या
शेतामध्ये गेल्यावर मने होतात ताजी
मिळणार नाही कुठे इथल्यासारखी भाजी
बळीराजाला इथल्या काम करायला येतो ताव
कागलच्या नकाश्यात ज्याच आहे नाव
असा माझा हसूर गाव
खूप चव लागते इथला भाकरी अन ठेचा
ज्यापुढे होणार नाही पेढाही खाण्याची इच्छा
विसरू नाही शकणार गावाकडची माती
माणुसकी म्हणजे काय हे शिकवतात इथली नाती
कितीही राहिलो आरामात तरी येतो शहराचा काव
कागलच्या नकाश्यात ज्याच आहे नाव

अभिजित शिवाजी निंबाळकर

असा माझा हसूर गाव ....

आभार

मला सतत प्रेरणा देवून लिहिण्यासाठी प्रोतासाहित करणाऱ्या ज्ञात अज्ञात सर्वांचे आभार ..!!